Impressum
Verlag: BABADADA GmbH, Nedderfeld 112 , 22529 Hamburg
Geschäftsführer / Verlagsleitung: Harald Hof
Druck: Books on Demand GmbH, In de Tarpen 42, 22848 Norderstedt

Imprint
Publisher: BABADADA GmbH, Nedderfeld 112 , 22529 Hamburg, Germany
Managing Director / Publishing direction: Harald Hof
Print: Books on Demand GmbH, In de Tarpen 42, 22848 Norderstedt, Germany

ትምህርት ቤት
学校

ማካፈል
割り算
186/2
ሰሌዳ
黒板
መማሪያ ክፍል
教室
የትምህርት ቤት ቅጥር ግቢ
መምህር
教師
ወረቀት
紙
መፃፍ
書く
እስክሪብቶ
ペン
መፃፊያ ጠረጴዛ
事務机
ማስመሪያ
定規
本
ተማሪ
生徒

የጀርባ ቦርሳ

ランドセル

የእርሳስ መያዣ

筆入れ

እርሳስ

鉛筆

የእርሳስ መቅረጫ

鉛筆削り

ላጲስ

消しゴム

የስዕል ደብተር

スケッチブック

ስዕል

スケッチ

የቀለም ብሩሽ

絵筆

የቀለም ሳጥን

絵の具箱

መቀስ

はさみ

ማጣበቂያ

接着剤

መልመጃ ደብተር

練習帳

የቤት ስራ

宿題

ቁጥር

数

መደመር

足し算

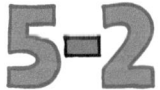

መቀነስ

引き算

ማባዛት

かけ算

ቁጥሮችን ማስላት

計算する

ደብዳቤ

文字

ፊደላት

アルファベット

ቃል

単語

ፅሑፍ

テキスト

ማንበብ

読む

ጠመኔ

チョーク

ትምህርት

授業

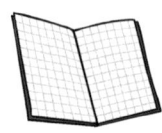

ምዝገባ

学級日誌

ፈተና

試験

ሰርተፊኬት

通知表

የትምህርት ቤት የደንብ ልብስ

制服

ትምህርት

教育

አዉደ ጥበብ

百科事典

ዩኒቨርስቲ

大学

የምርምር አጉሊ መሳርያ

顕微鏡

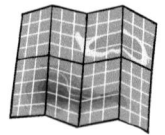

ካርታ

地図

የቆሻሻ ወረቀት መጣያ ቅርጫት

ごみ箱

ሆቴል
ホテル

Grand

ማረፊያ ቤት
ホステル

ROOMS

የውጭ ገንዘብ ምንዛሪ
ቢሮ
両替所

EXCHANGE

ልብስ መያዣ
ሻንጣ
スーツケース

መኪና
自動車

ቋንቋ
言語

አዎ / አይደለም
はい / いいえ

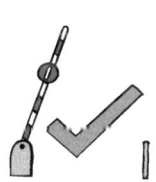

እሺ
問題ない

ሰላም
ハロー

አስተርጓሚ
翻訳者

አመሰግናለሁ
ありがとう

ስንት ነዉ.......?

...はいくらですか？

አልገባኝም

わかりません

እክል

問題

እንደምን አመሹ!

こんばんは！

እንደምን አደሩ!

おはようございます！

መልካም ምሽት!

おやすみなさい！

ደህና ይሰንብቱ

さようなら

አቅጣጫ

方向

ሻንጣ

手荷物

ቦርሳ

バッグ

ጀርባ ቦርሳ

リュックサック

እን ዳ

お客様

ክ ል

部屋

መተኛ ቦርሳ

寝袋

ድንኳን

テント

የጎብኚዎች መረጃ

旅行者情報

የባህር ዳርቻ

ビーチ

ክሬዲት ካርድ

クレジットカード

ቁርስ

朝食

ምሳ

昼食

እራት

夕食

ኬት

チケット

አሳንሰር

エレベーター

ማህተም

スタンプ

ድንበር

境界

ባህ ች

税関

ምባሲ

大使館

ዛ/የይለፍ ወረቀት

ビザ

ስፖርት

パスポート

መጓጓዣ

輸送

መርከብ
船
አዉሮፕላን
飛行機
የእሳት አደጋ መኪና
消防車
バス
የጭነት መኪና
トラック
የሞተር ጀልባ
モーターボート
መኪና
自動車
ብስክሌት
自転車

የማመላለሻ ጀልባ

フェリー

ጀልባ

ボート

የሞተር ብስክሌት

バイク

የፖሊስ መኪና

パトカー

የዉድድር መኪና

レーシングカー

የኪራይ መኪና

レンタカー

የመኪና መጋራት

カーシェアリング

ጎታች መኪና

レッカー車

የቆሻሻ ጭነት መኪና

ごみ収集車

ሞተር

モーター

ነዳጅ

燃料

የቤንዚን ማደያ

ガソリンスタンド

የመንገድ ምልክት

交通標識

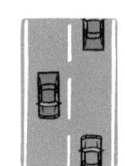

የመኪኖች እንቅስቃሴ

交通

የመኪና መጨናነቅ

渋滞

የመኪና ማቆሚያ

駐車場

የባቡር ጣቢያ

駅

የባቡር ሀዲዶች

道

ባቡር

列車

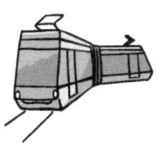

የኤሌክትሪክ ባቡር

路面電車

ሰረገላ

車両

ሄሊኮፕተር

ヘリコプター

አየር ማረፊያ

空港

ማማ

タワー

መንገደኛ

乗客

ማስቀመጫ፤ ማጠራቀሚያ

コンテナ

ካርቶን እቃ ማሸጊያ

段ボール箱

ጋሪ፤ ተሳቢ

カート

ቅርጫት

カゴ

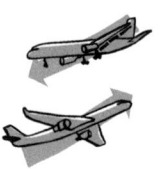

መነሳት/ ማረፍ

離陸 / 着陸

ከተማ

都市

መንደር

村

የከተማ ማዕከል

都心

ቤት

家

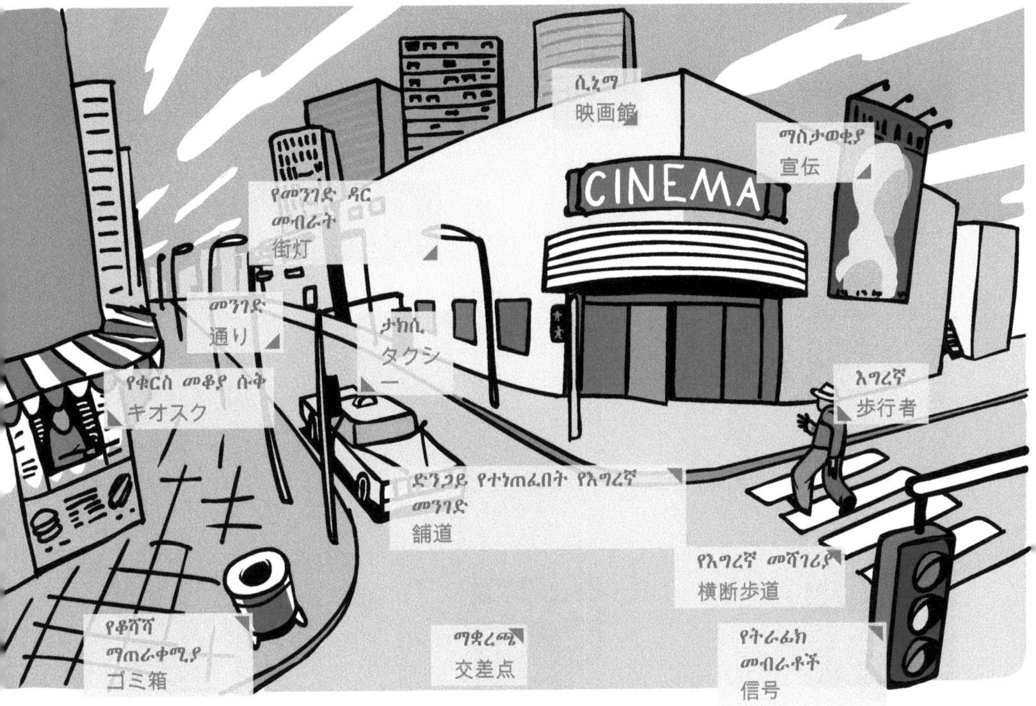

ሲኒማ
映画館
CINEMA
ማስታወቂያ
宣伝
የመንገድ ዳር መብራት
街灯
መንገድ
通り
ታክሲ
タクシー
የቁርስ መቆያ ሱቅ
キオスク
እግረኛ
歩行者
ድንጋይ የተነጠፈበት የእግረኛ መንገድ
舗道
የእግረኛ መሻገሪያ
横断歩道
የቆሻሻ ማጠራቀሚያ
ゴミ箱
ማቋረጫ
交差点
የትራፊክ መብራቶች
信号

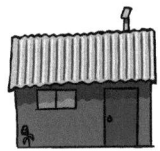

ጎጆ

小屋

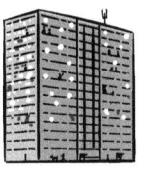

አፓርታማ

アパート

የባቡር ጣቢያ

駅

የከተማ አዳራሽ

市役所

MUSEUM

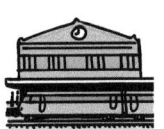

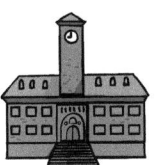

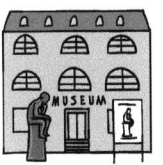

ቤተ መዘክር

美術館

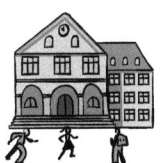

ትምህርት ቤት

学校

ዩኒቨርስቲ

大学

ባንክ

銀行

ሆስፒታል

病院

ሆቴል

ホテル

መድሐኒት ቤት

薬局

ቢሮ

オフィス

መፅሐፍ መሸጫ

書店

ሱቅ

ショップ

የአበባ መሸጫ

花屋

የሸቀጣ ሸቀጥ መደብር

スーパーマーケット

ገበያ ስፍራ

市場

መደብር

デパート

የዓሳ ነጋዴ

魚屋

የገበያ ዕከል

ショッピングセンター

ወደብ

港

መናፈሻ ቦታ

公園

አግዳሚ ወንበር

ベンチ

ድልድይ

橋

ደረጃዎች

階段

ዉስጥ ለዉስጥ

地下鉄

ዋሻ

トンネル

የአዉቶቡስ ፌርማታ

バス停

ባር

バー

ምግብ ቤት

レストラン

የፖስታ ሳጥን

ポスト

የመንገድ ምልክት

道路標識

የመኪና ማቆሚያ ሒሳብ የሚያሰላ ማሽን

パーキングメーター

የደር ንስሳት ማቆያ

動物園

የመዋ ገንዳ

スイミングプール

መስ ድ

モスク

እርሻ
......
農場

የሚበክል ነገር
......
汚染

መቃብር ስፍራ
......
墓地

ቤተ ክርስቲያን
......
教会

መጫወቻ ሜዳ
......
遊び場

ቤተ መቅደስ
......
寺

መልከዓምድር
風景

ቅጠል
葉

የመንገድ ላይ ምልክት
道標

መንገድ
道

አረንጓዴ መስክ
草地

ድንጋይ
石

ዛፍ
木

በእግሩ የሚጓዝ
ハイカー

ወንዝ
川

ሣር
草

አበባ
花

ሸለቆ
谷

ኮረብታ
山

ሀይቅ
湖

ጫካ
森

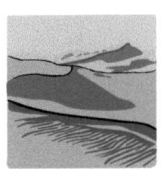
በረሃ
砂漠

እሳተ ገሞራ
火山

ግምብ
城

ቀስተ ዳመና
虹

እንጉዳይ
キノコ

የቴምብር ዛፍ/ ዘንባባ
ヤシの木

ቢንቢ/ የወባ ትንኝ
蚊

በራሪ
ハエ

ጉንዳን
蟻

ንብ
ミツバチ

ሸረሪት
クモ

ጢንዚዛ

カブトムシ

እንቁራሪት

蛙

ሽኮኮ

リス

ጃርት

ハリネズミ

ጥንቸል

ウサギ

ጉጉት ወፍ

フクロウ

ወፍ

鳥

የዉሃ ዳክዬ

白鳥

ከርከሮ

雄豚

አጋዘን

鹿

አጋዘን

ヘラジカ

ግድብ

ダム

በነፋስ የሚሽከረከር

風力タービン

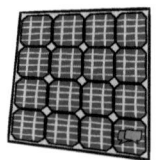

የፀሀይ ፓኔሎ

ソーラーパネル

አየር ንብረት

気候

レストラン

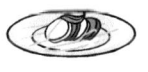

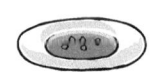

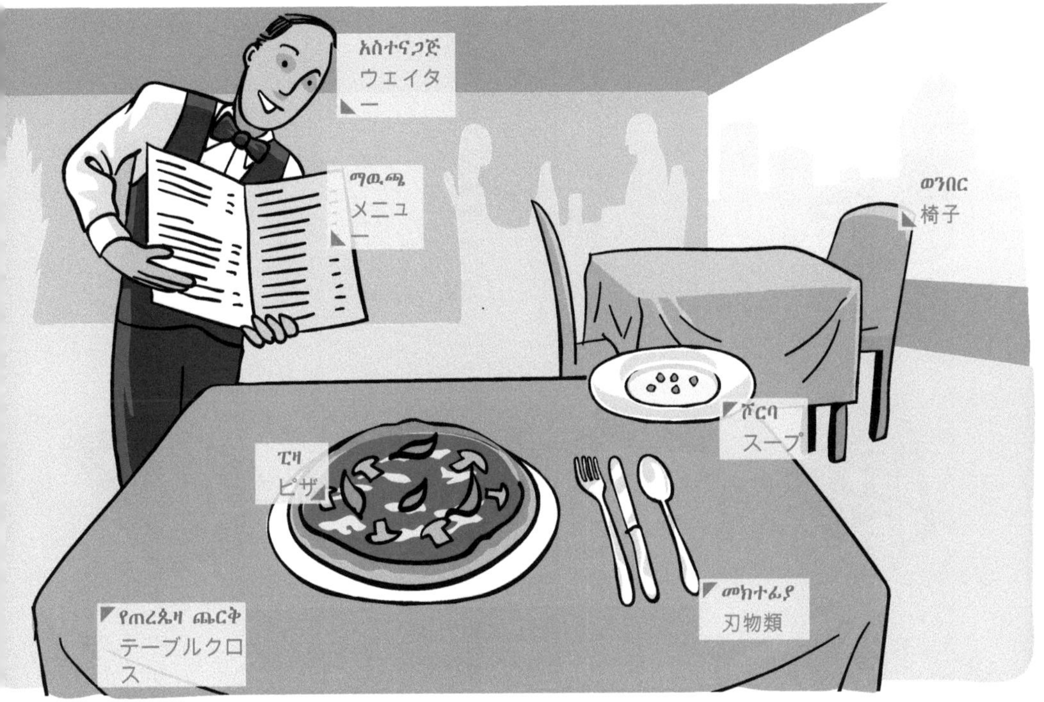
አስተናጋጅ
ウェイター
ማዉጫ
メニュー
ወንበር
椅子
ሾርባ
スープ
ፒዛ
ピザ
መክተፊያ
刃物類
የጠረጴዛ ጨርቅ
テーブルクロス

የምግብ ፍላጎትን የሚከፍት ምግብ

前菜

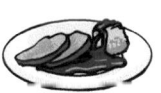

ዋና ምግብ

メインコース

ማጣጣሚያ ተከታይ ምግብ

デザート

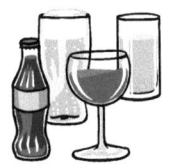

መጠጦች

飲み物

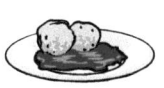

ምግብ

食べ物

ጠርሙስ

ボトル

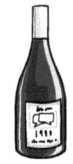

ፈጣን ምግብ

ファストフード

የመንገድ ምግብ

屋台の食べ物

የሻይ ማንቆርቆሪያ

ティーポット

የስኳር እቃ

砂糖入れ

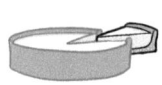

ድርሻ

一人前

የቡና ማፊያ ማሽን

エスプレッソマシン

ባለጌ ወንበር

幼児用食事椅子

የክፍያ ደረሰኝ

請求書

ትሪ

トレー

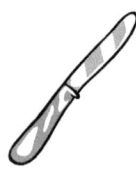

ቢላዋ

ナイフ

ሹካ

フォーク

ማንኪያ

スプーン

የሻይ ማንኪያ

ティースプーン

ልብስ ምግብ እንዳይነካ የሚረዳ ጨርቅ

ナプキン

ብርጭቆ

グラス

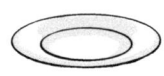

ርግ ሰሀን

皿

ሾርባ ጎድጓዳ ሰሀን

スープ皿

ኒ ማ ቀመጫ

受け皿

ማጣፈጫ ጎ

ソース

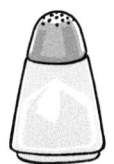

ጨዉ እቃ

塩入れ

ፈጨ ቃሪያ

ペッパーミル

ምጣጤ

酢

ምግ ዘይት

油

ቀመማ መሞች

スパイス

ቲማቲም ድልህ

ケチャップ

ሰናፍጭ

マスタード

ማዮኒ

マヨネーズ

የሸቀጣ ሸቀጥ መደብር

スーパーマーケット

ልዩ አቅራቦት
特価品
FOR
ደምበኛ
顧客
የወተት ተዋፅዖ
乳製品
ፍራፍሬ
果物
ባለ ጎማ የእጅ ጋሪ

ሉካንዳ ነጋዴ

肉屋

መጋገርያ

パン屋

ክብደት መመዘን

重さをはかる

ቅጠላ ቅጠል አትክልት

野菜

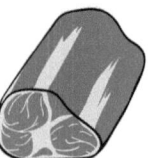

ስጋ

肉

የቀዘቀዘ/የረጋ ምግብ

冷凍食品

ቀዝቃዛ ቁራጭ

冷肉の薄切り

የታሸገ ምግብ

缶詰食品

የማጠቢያ ዱቄት

洗剤

ጣፋጮች

菓子

የቤት ዉስጥ ዉጤቶች

家庭用品

የፅዳት ምርቶች

清掃用品

የሽያጭ ባለሙያ

販売員

የገንዘብ መመዝገቢያ ማሽን

現金箱

የሒሳብ ሰራተኛ

レジ係

የግዢ ዝርዝር

買い物リスト

ክፍት ሰዓታት

開館時刻

የኪስ ቦርሳ

財布

ክሬዲት ካርድ

クレジットカード

ቦርሳ

バッグ

የፕላስቲክ ቦርሳ

ポリ袋

መጠጦች

飲み物

ውሃ

水

ጭማቂ

ジュース

ወተት

牛乳

ኮካ-ኮላ

コーラ

ወይን

ワイン

ቢራ

ビール

አልኮል

アルコール

ኮካ

ココア

ሻይ

紅茶

ቡና

コーヒー

የተፈላ ቡና

エスプレッソ

ካፑቺኖ

カプチーノ

ሙዝ
....
バナナ

ፖም
....
リンゴ

ብርቱካን
....
オレンジ

ሀብሀብ
....
メロン

ሎሚ
....
レモン

ካሮት
....
ニンジン

ነጭ ሽንኩርት
....
ニンニク

ሸምበቆ
....
竹

ቀይ ሽንኩርት
....
玉ねぎ

እንጉዳይ
....
キノコ

ለዉዝ
....
ナッツ

የህፃናት ምግብ
....
ヌードル

ፓስታ

スパゲッティ

ሩዝ

米

ሰላጣ

サラダ

የድንች ጥብስ

フライドポテト

ድንች ጥብስ

フライドポテト

ፒዛ

ピザ

ዳቦ ዉስጥ በስሱ ተጠብሶ የገባ ስጋ

ハンバーガー

ሳንድዊች

サンドウィッチ

ጥሬ ስጋ

カツレツ

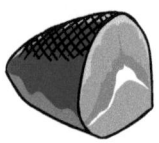

የአሳማ ስጋ

ハム

በቅመምና በጨዉ የታሸ ምግብ ቀዝቅዞ የሚበላ ሾርባ ምግብ

サラミ

ቋሊማ

ソーセージ

ዶሮ

鶏肉

ጥብስ

焼き

አሳ

魚

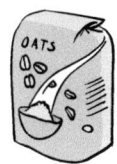

የአጃ ገንፎ

麦のお粥

ከወተት ጋር ተደባልቀዉ የሚበሉ ምግቦች

ムーズリ

የበቆሎ ቅርፊት

コーンフレーク

ዱቄት

小麦粉

ኩራሳ

クロワッサン

ድብልብል ዳቦ

ロールパン

ዳቦ

パン

መጥበስ

トースト

ብስኩት

ビスケット

ቅቤ

バター

እርጎ

カッテージチーズ

ኬክ

ケーキ

እንቁላል

卵

እንቁላል ጥብስ

目玉焼き

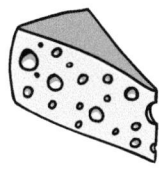

አይብ

チーズ

የበረዶ ክሬም

アイスクリーム

ስኳር

砂糖

ማር

はちみつ

ማርማላት

ジャム

የተናጠ የወተት ክሬም

ヌガークリーム

ማጣፈጫ

カレー

የገበሬ ቤት
農家

የእህልና የከብት ማቀመጫ
ቤት
納屋

የጭድ ከምC
ストロー
ベール

ሜዳ
畑

ፈረስ
馬

ተሳቢ መኪና
トレーラー

የፈረስ ዉርንጭላ
子馬

የእርሻ መኪና
トラクター

አህያ
ロバ

የበግ ጠቦት
子羊

በግ
羊

ፍየል

ヤギ

ላም

雌牛

ጥጃ

子牛

አሳማ

豚

ግልገል አሳማ

子豚

ኮርማ

雄牛

ዝይ

ガチョウ

ዳክዬ

アヒル

የዶሮ ጫጩት

ひよこ

ዶር

にわとり

አውራ ዶሮ

おんどり

አይጥ

ネズミ

ደድመት

猫

አይጥ

ねずみ

በሬ

雄牛

ዉሻ

犬

የዉሻ ቤት

犬小屋

የአትክልት ቦታ

散水ホース

ዉሃ ማጠጫ ባልዲ

じょうろ

ረጅም ማጭድ

大鎌

ማረሻ

すき

ማጭድ

草刈り鎌

መኮትኮቻ

くわ

የእህል መንሽ

堆肥用フォーク

መጥረቢያ

斧

ኩርኩር/ የእጅ ጋሪ

手押し車

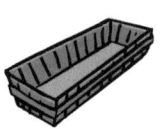

ገንዳ

かいばおけ

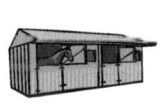

የወተት ዕቃ

牛乳缶

ጆንያ ከረጢት

袋

አጥር

フェンス

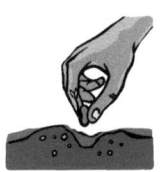

የፈረስ ጋጣ

畜舎

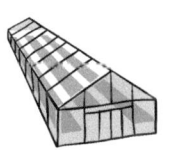

ዕፅዋት ማሳደጊያ የመስታዉት ቤት

温室

አፈር

土壌

ዘር

種

የመሬት ማዳበሪያ

肥料

ጥምር ማረሻ

コンバイン

አዝመራ መሰብሰብ

収穫する

አዝመራ

収穫

ድንች

ヤマイモ

ስንዴ

小麦

ሶያ

大豆

ድንች

じゃがいも

በቆሎ

トウモロコシ

የከብት መኖ

菜種

የፍሬ ዛፍ

果樹

የካሳቫ ዛፍ

キャッサバ

እህል

穀物

የጪስ ማውጫ
煙突

ጣራ
屋根

አሸንዳ
排水管

መስኮት
窓

ጋራጅ
車庫

የበር ደወል
呼び鈴

በር
ドア

የቀቆሻሻ ማጠራቀሚያ
ゴミ箱

ፖስታ ሳጥን
郵便受け

የአትክልት ቦታ
庭

ሳሎን

リビングルーム

መታጠቢያ ቤት

浴室

ማድቤት

台所

መኝታ ቤት

寝室

የልጅ ክፍል

子供部屋

መመገቢያ ክፍል

ダイニング・ルーム

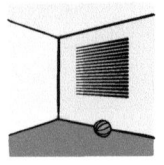

ወለል
床

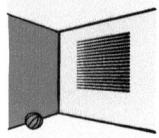

ግድግዳ
壁

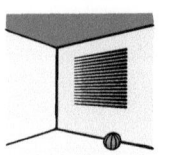

ጣሪያ
天井

ምድር ቤት
地下貯蔵庫

በእንፋሎት ሙቀት መታጠቢያ
ቤት
サウナ

ሰገነት
バルコニー

ከፍ ያለ መደብ
テラス

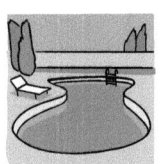

የመዋኛ ገንዳ
プール

የማጨጃ መኪና
芝刈り機

አንሶላ
シーツ

የአልጋ ልብስ
ベッドカバー

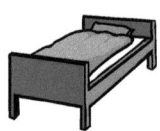

አልጋ
ベッド

መጥረጊያ
ほうき

ባልዲ
バケツ

ማብሪያና ማጥፊያ
スイッチ

リビングルーム

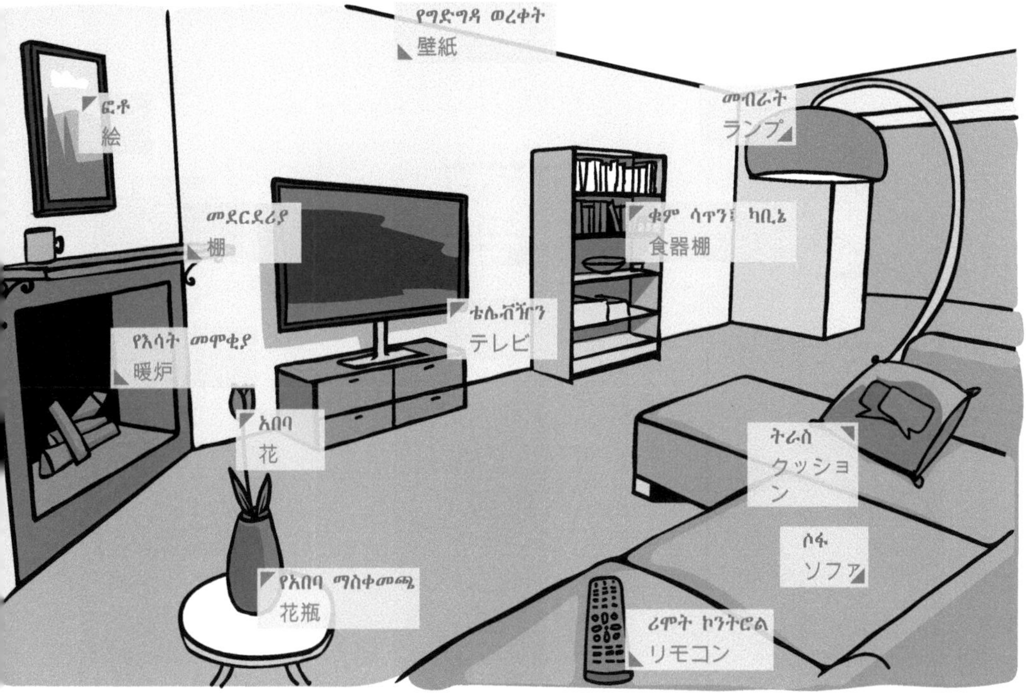

የግድግዳ ወረቀት
壁紙
ፎቶ
絵
መብራት
ランプ
መደርደሪያ
棚
ቁም ሳጥን፣ ካቢኔ
食器棚
テレビ
የእሳት መሞቂያ
暖炉
አበባ
花
ትራስ
クッション
ሶፋ
ソファ
የአበባ ማስቀመጫ
花瓶
ሪሞት ኮንትሮል
リモコン

ንጣፍ

カーペット

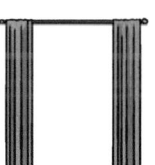

መጋረጃ

カーテン

ጠረጴዛ

テーブル

ወንበር

椅子

ተወዛዋዥ ወንበር

ロッキングチェア

ባለመደገፊያ ወንበር

ひじ掛け椅子

መጽሐፍ

本

ብርድ ልብስ

毛布

ጌጥ

飾り

ማገዶ

たきぎ

ፊልም

映画

የሙዚቃ መማጫወቻ

ステレオ

ቁልፍ

鍵

ጋዜጣ

新聞

ስዕል

絵画

የተለጠፈ ማስታወቂያ እንደ ስዕል

ポスター

ራዲዮ

ラジオ

ማስታወሻ ደብተር

メモ帳

የአየር ማፅጃ ለምንጣፍ

掃除機

ቁልቋል

サボテン

ሻማ

ろうそく

ማቀዝቀዣ
冷蔵庫
ማይክሮዌቭ ምግብ ማብሰያ
電子レンジ
የኩሽና መመዘኛ ሚዛን
調理用はかり
ዳቦ መጥበሻ
トースター
ንፁህ ማድረጊያ
洗剤
ምድጃ
オーブン
ማቀዝቀዣ
冷凍室
የቆሻሻ ማጠራቀሚያ
ゴミ箱
እቃ ማጠቢያ
食器洗い機

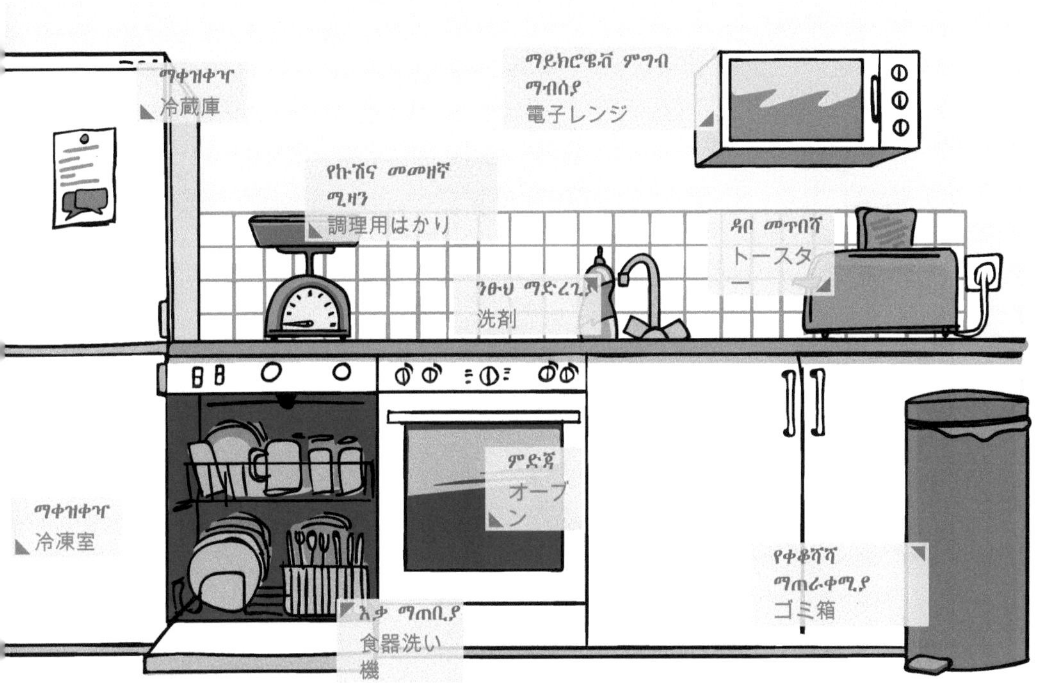

ምግብ አብሳይ

こんろ

ማሰሮ

鍋

የብረት ማሰሮ

鉄鍋

ምግብ ማብሰያ ዝርግ ድስት

中華鍋/ カダイ鍋

የምግብ መጥበሻ

フライパン

ማንቆርቆሪያ

やかん

የእንፋሎት ማብሰያ

蒸し器

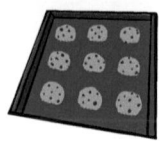

የመጋገሪያ ትሪ

天板

ሰብ ቦች

食器

ትልቅ ኩባያ

マグカップ

ድኅዳ ሳህን

ボウル

ፕ ቲክ

箸

ጭልፋ

おたま

መሰቅሰቂያ ዝርግ ማንኪያ

へら

ማ ባለቂያ

泡立て器

መ ጠሪያ

こし器

ንፊት

ふるい

መ ር ሪያ መሳሪያ

すりおろし器

ሚንቶ

すり鉢

የ ም ጥብ

バーベキュー

የተለቀቀ እሳት

かまど

መክተፊያ

まな板

ተንሸራታች መርፌ

麺棒

የጠርሙስ መክፈቻ

栓抜き

ጣሳ

缶

የጣሳ መክፈቻ

缶切り

የማሰሮ መሸፈኛ

鍋つかみ

ሳህን ማጠቢያ

流し

ብሩሽ

ブラシ

ስፖንጅ

スポンジ

መደባለቂያ መሳሪያ

ミキサー

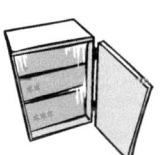

በጣም ማቀዝቀዣ

冷凍庫

ጡጦ

哺乳瓶

ቧንቧ

蛇口

መታጠቢያ ቤት

浴室

ማሞቂያ
ヒーター
ፎጣ
タオル
መታጠቢያ
シャワー
የመታጠቢያ ቤት መጋረጃ
シャワーカーテン
የአረፋ መታጠቢያ
泡風呂
የመታጠቢያ ገንዳ
ብርጭቆ
グラス
የልብስ ማጠቢያ
洗濯機
ማዕዘን ወለል
タイル
ቧንቧ
蛇口
おまる
ሳህን ማጠቢያ
流し

ሽንት ቤት

トイレ

የሽንት ቤት መቀመጫ

和式トイレ

ሳፋ

ビデ

የመንገድ ዳር መሽኛ

小便器

የሽንት ቤት ወረቀት

トイレットペーパー

የሽንት ቤት ማፅጃ ብሩሽ

トイレブラシ

የጥርስ ብሩሽ

歯ブラシ

የጥርስ ሳሙና

歯みがき

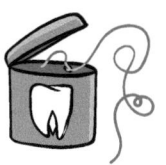

የጥርስ ማፅጃ ክር

デンタルフロス

መታጠብ

洗う

የእጅ መታጠቢያ

シャワーヘッド

መታጠቢያ

ハンドビデ

ጎድጓዳ ሳህን

洗面台

የጀርባ ብሩሽ

ボディブラシ

ሳሙና

石鹸

የመታጠቢያ የ ዝለገለግ ሳሙና

シャワー用ジェル

የ ጉር መታጠቢያ ሳሙና

シャンプー

ለስ ሳ ጨርቅ

浴用タオル

ሳሽ

排水ロ

ክሬም

クリーム

ጠ ን መቀየሪያ ንጥ ነገር

消臭

መስታወት

鏡

የእጅ መስታወት

手鏡

ምላጭ

かみそり

የመላጫ አረፋ

シェービング・フォーム

ከመላጨት በኋላ የሚቀባ ሽቱ

アフターシェーブローション

ማበጠሪያ

櫛

ብሩሽ

ブラシ

የፀጉር ማድረቂያ

ドライヤー

በፀጉር ላይ የሚነፋ

ヘアスプレー

የፊት መቀባቢያ

化粧

የከንፈር ቀለም

口紅

የጥፍር ቀለም

マニキュア

የጥጥ ሱፍ

脱脂綿

ጥፍር መቁረጫ

爪切り

ሽቶ

香水

ጠቢያ ባልዲ

洗面用具入れ

መቀመጫ

スツール

ሚዛን

体重計

የመታጠቢያ ልብስ

バスローブ

የላስቲክ ጓንት

ゴム手袋

ሞዴስ

タンポン

የፅዳት ፎጣ

生理用ナプキン

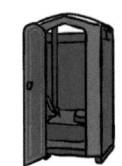

የሽንት ቤት ኬሚካል

ケミカルトイレ

የልጅ ክፍል

子供部屋

የማንቂያ ደዉል ሰዐት
目覚まし時計
የህፃን አሻንጉሊት
ぬいぐるみ
የመጫወቻ
መኪና
おもちゃの自
動車
ማንገጫገጫ
መጫወቻ
がらがら
የአሻንጉሊት ቤት
ドール・ハウ
ス
ስጦታ
プレゼン
ト

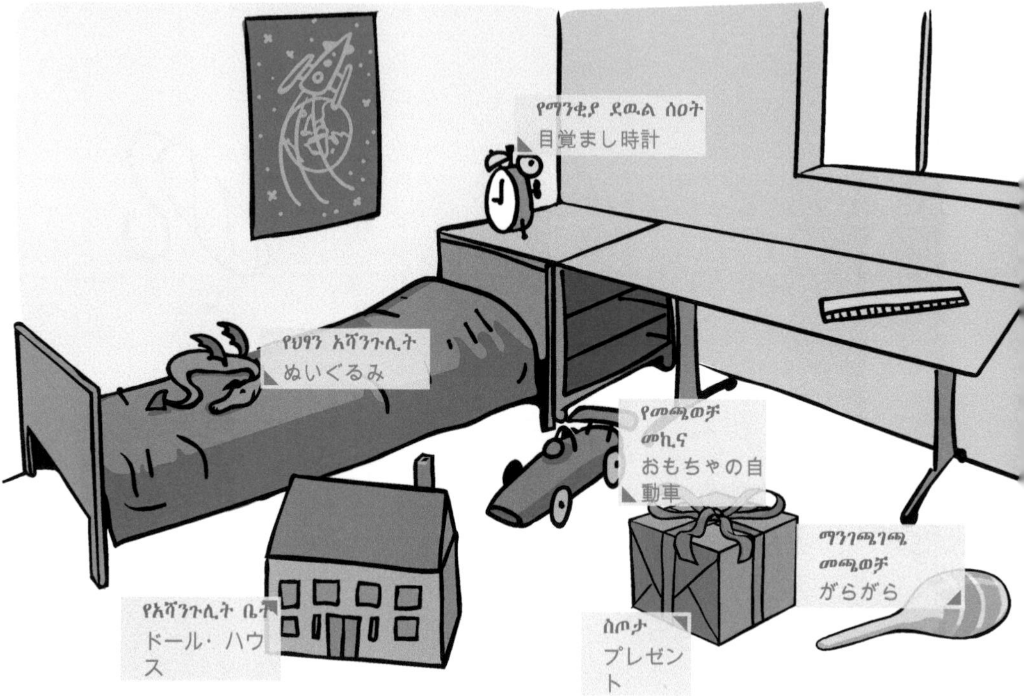

ኛ

風船

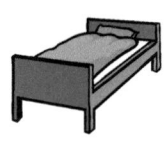

አል

ベッド

የህፃን ማንሸራሸሪያ ሪ

ベビーカー

የካርታ መጫወቻ

カードゲーム

ቁርጥራጭ ምስሎችን የማገጣጠም
እና ምስል የማግኘት ጨዋታ

ジグソーパズル

አዝናኝ

漫画

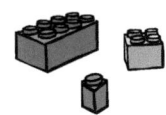

ተገጣጣሚ መጫወቻ

レゴ

የመጫወቻ መገጣጠሚያዎች

玩具ブロック

የድርጊት ምስል

アクションフィギュア

የህፃን እድገት

ロンパース

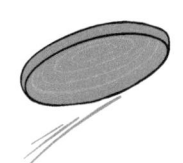

የፕላስቲክ መጫወቻ ዝርግ ሰሀን

フリスビー

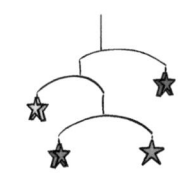

ተወዛዋዥ የህፃን ማጫወቻ

モバイル

የሰሌዳ ጨዋታ

ボードゲーム

የመጫወቻ ጠጠር

さいころ

የመጫወቻ ባቡር

鉄道模型

የእንጀራ እናት ጡጦ

おしゃぶり

ድግስ

パーティー

የስዕል መፅሀፍ

絵本

ኳስ

ボール

አሻንጉሊት

人形

መጫወት

遊ぶ

የአሸዋ መጫወቻ

砂場

ዥዋዥዌ

ブランコ

መጫወቻዎች

おもちゃ

የቪዲዮ መጫወቻ

ゲーム機

ባለ ሶስት ጎማ ብስክሌት

三輪車

የአሻንጉሊት ድብ

テディベア

ቁምሳጥን

衣装ダンス

አልባሳት
衣服

ካልሲዎች

靴下

ስቶኪንጎች

ストッキング

ታይት

タイツ

የአንገት ልብስ
スカーフ
雨傘
Tシャツ
ቀበቶ
ベルト
ቦቲ
ブーツ
የቤት ውስጥ ነጠላ ጫማ
スリッパ
ስኒከሮች
スニーカー

ነጠላ ጫማዎች

サンダル

ጫማዎች

靴

የዝናብ ቡትስ

ゴム長靴

ሙታንታ

パンツ

ጡት መያዣ

ブラ

ሰደርያ

ベスト

ሰዉነት

ボディースーツ

ሱሪዎች

ズボン

ጅንስ

ジーンズ

ጉርድ ቀሚስ

スカート

ሸሚዝ

ブラウス

ሸሚዝ

シャツ

የሚጠለቅ ሹራብ

セーター

ሹራብ

パーカー

ዩኒፎርም ጃኬት

ブレザー

ጃኬት

ジャケット

ኮት

コート

የዝናብ ኮት

レインコート

ልብስ

服装

ቀሚስ

ドレス

የሙሽራ ቀሚስ

ウェディングドレス

ሱፍ

スーツ

የለሊት ልብስ

ナイトガウン

የለሊት ልብስ

パジャマ

ረጅም ቀሚስ

サリー

ሂጃብ

ヘッドスカーフ

ጥምጣም

ターバン

ቡርቃ

ブルカ

ሽርጥ

カフタン

አባያ

アバヤ

የዋና ልብስ

水着

አጭር ቁምጣ

トランクス

ቁምጣዎች

半ズボン

የስራ ቱታ

スウェットスーツ

ሽርጥ

エプロン

ጓንት

手袋

ቁልፍ

ボタン

መነፅር

メガネ

አምባር

ブレスレット

የአንገት ሀብል

ネックレス

ቀለበት

指輪

የጆሮ ጌጥ

イヤリング

ኮፍያ

帽子

የኮት መስቀያ

ハンガー

ኮፍያ

帽子

ክረቫት

ネクタイ

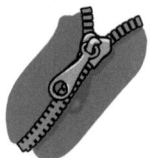

ዚፕ

ファスナー

የብረት ቆብ

ヘルメット

መደገፊያ

サスペンダー

የትምህርት ቤት የደንብ ልብስ

制服

የደንብ ልብስ

ユニフォーム

መሃረብ

よだれかけ

የእንጀራ እናት ጡጦ

おしゃぶり

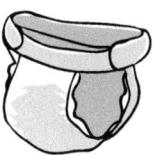

ሽንት ጨርቅ

おむつ

ቢሮ

オフィス

ማስራጫ ጣቢያ
サーバ
የፋይል መደርደሪያ ካቢኔ
書類キャビネット
የህትመት መሳሪያ
プリンター
ወረቀት
紙
መቆጣጠሪያ
モニター
መፃፊያ ጠረጴዛ
事務机
ማህደር
フォルダー
キーボード
የቆሻሻ ወረቀተ መጣያ ቅርጫት
ごみ箱
ኮምፒዉተር
コンピューター
ወንበር
椅子

የቡና መጠጫ ትልቅ ኩባያ

コーヒーマグ

ማስልያ ማሽን

計算機

ኢንተርኔት

インターネット

ላፕቶፕ

ラップトップ

ደብዳቤ

手紙

መልዕክት

メッセージ

ተንቀሳቃሽ ስልክ

携帯電話

የግንኙነት አዉታር

ネットワーク

ማባዣ ማሽን

コピー機

ሶፍትዌር

ソフトウェア

ስልክ

電話

የግድግዳ ሶኬት

コンセント

የፋክስ ማሽን

ファックス

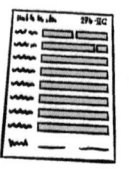

ቅፅ

フォーム

ሰነድ

書類

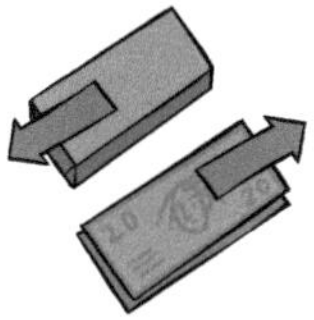

መግዛት

買う

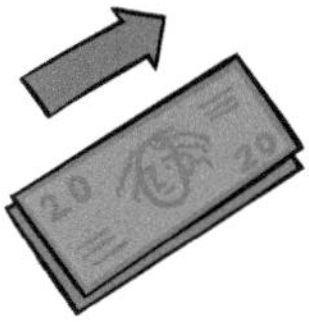

መክፈል

支払う

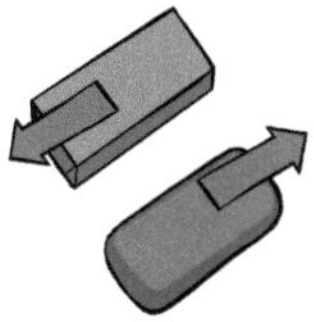

መነገድ

取引する

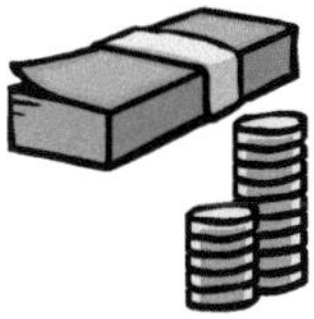

ገንዘብ

お金

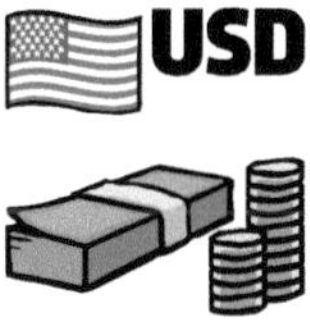

ዶላር

ドル

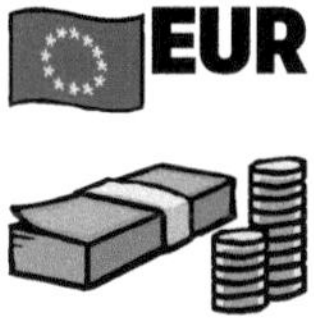

ሮ

ユーロ

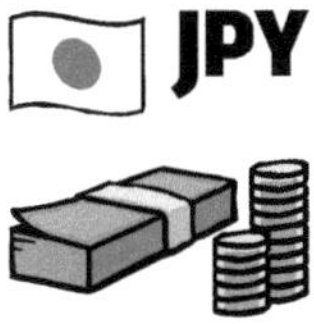

የን

円

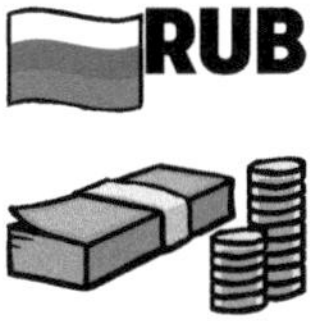

ብል

ルーブル

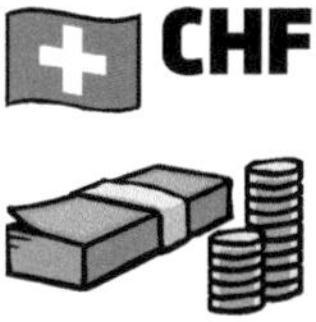

የስዊዝ ፍራንክ

スイスフラン

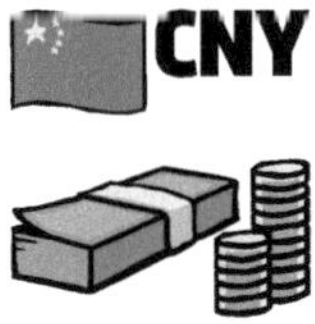

ንሚንቢ ዋን

人民元

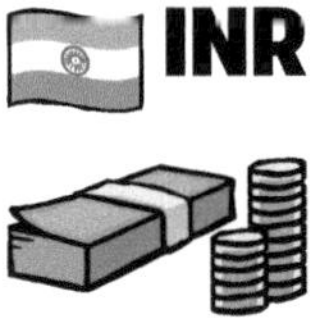

ጺ

ルピー

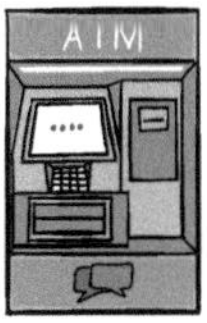

የገንዘብ ነጥብ

キャッシュポイント

የዉጭ ገንዘብ ምንዛሪ ቢሮ

両替所

ወርቅ

金

ብር

銀

ዘይት

油

ሀይል፤ ጉልበት

エネルギー

ዋጋ

価格

ግንኙነት

契約

ቀረጥ

税金

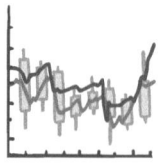

አክስዮን

株

መስራት

働く

ተቀጣሪ

従業員

ቀጣሪ

雇用主

ፋብሪካ

工場

ሱቅ

ショップ

የስራ ሙያዎች
職業

የፖሊስ አዛዥ
警察官
የእሳት አደጋ ሰራተኛ
消防士
ምግብ አብሳይ
コック
ዶክተር
医師
አብራሪ
パイロット

አትክልተኛ

庭師

አናጢ

大工

ልብስ ሰፊ ሴት

お針子

ዳኛ

裁判官

ቀማሚ

化学者

ተዋናይ

俳優

የአዉቶቢስ ሹፌር

バスの運転手

የታክሲ ሹፌር

タクシー運転手

አሳ አጥማጅ

漁師

ፅዳት ሰራተኛ

掃除婦

የጣራ ሰራተኛ

屋根ふき職人

አስተናጋጅ

ウェイター

አዳኝ

ハンター

ሰዓሊ

塗装工

ጋጋ

パン屋

የኤሌት ክ ሰራተኛ

電気工

ገምቢ

建設作業員

መሃሃዲስ

エンジニア

ልኳንዳ

肉屋

የቧንቧ ሰራተኛ

配管工

የፖስታ ሰራተኛ

郵便配達人

ወታደር

軍人

መሃንዲስ

建築家

የሒሳብ ሰራተኛ

レジ係

አበባ ሻጭ

花屋

የፀጉር ሰራተኛ

美容師

ቲኬት ቆራጭ

車掌

መካኒክ

機械工

ካፒቴን

キャプテン

የጥርስ ሐኪም

歯科医

ተመራማሪ

科学者

መምህር

ラビ

የ ስሊም ሃይማኖታዊ መሪ

イスラム導師

መነኩሴ

修道士

ካህን

牧師

ሳሪያዎች

道具

ハンマー
መፍቻ
ドライバー
የመሳሪ መፍቻ
スパナ
くぎ抜き
ባትሪ
懐中電灯

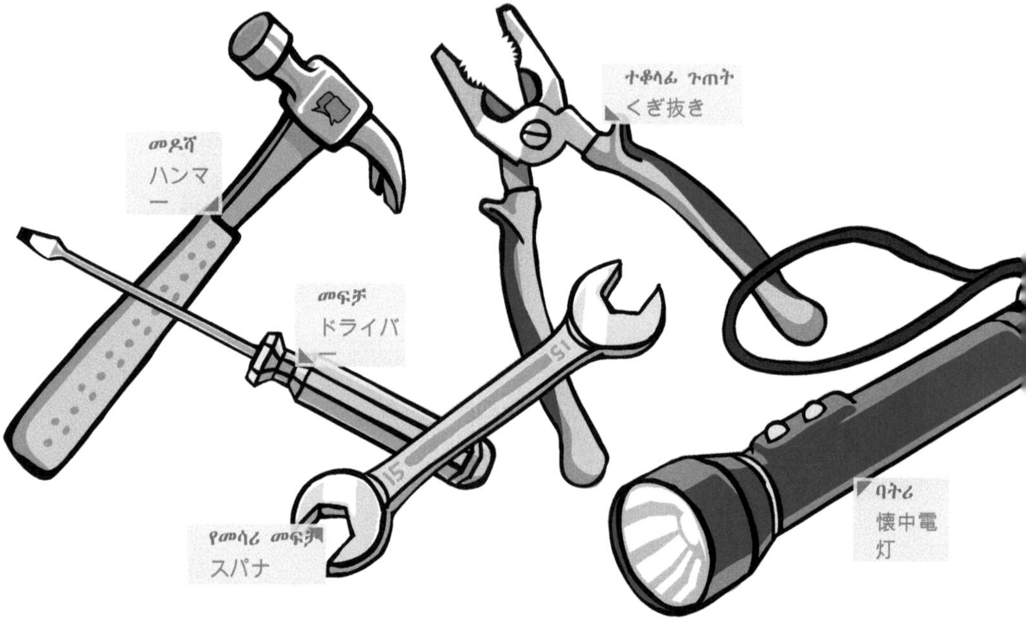

በቁፋሮ የሚዝቅ

掘削機

የመፍቻ ሳጥን

道具箱

መሰላል

はしご

መጋዝ

のこぎり

ምስማር

釘

መሰርሰሪያ

ドリル

መጠገን

修理する

አካፋ

シャベル

የተረገመ!

クソ！

ቆሻሻ ማፈሻ

ちりとり

የቀለም ቆርቆሮ

ペンキ缶

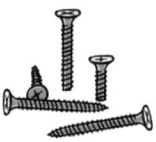

ብሎን

ネジ

የሙዚቃ መሳሪያዎች

楽器

የድምፅ ማጉያ መሳርያ
スピーカー
የከበሮ መሳሪያዎች
打楽器
ክራር መሰል የሙዚቃ መሳሪያ
ギター
ድርብ ቤዝ ጊታር
コントラバス
የትንፋሽ ሙዚቃ መሳሪያ
トランペット

የሙዚቃ መሳሪያዎች - 楽器 57

ፒያኖ

ピアノ

ቫዮሊን

バイオリン

ወፍራም፤ ጎርናና ድምፅ ያለዉ
ክራር መሰል ሙዚቃ መሳሪያ

バス

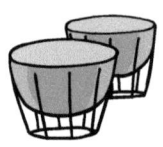

ነጋሪት

ティンパニ

ከበሮ

ドラム

በኤሌክትሪክ የሚሰራ ፒኖ

キーボード

የትንፋሽ ሙዚቃ መሳሪያ

サックス

ዋሽንት

フルート

የድምፅ ማጉያ

マイクロフォン

የሙዚቃ መሳሪያዎች - 楽器

የደር እንስሳት ማቆያ

動物園

መግቢያ
入口
ነብር
虎
ሳጥን
おり
የሜዳ አህያ
シマウマ
የእንስሳ ምግብ
飼料
ትልቅ ድብ
パンダ

እንስሳቶች

動物

ዝሆን

象

ካንጋሮ

カンガルー

አዉራሪስ

サイ

ትልቅ ዝንጀሮ

ゴリラ

ድብ

熊

ግመል

ラクダ

ሰጎን

ダチョウ

አንበሳ

ライオン

ጦጣ

猿

ቅልጥመ ረዥም ወፍ

フラミンゴ

በቀቀን

オウム

የወዋልታ ድብ

白クマ

የዋልታ ወፎች

ペンギン

ረጅም ጥርሶች ያሉትአሳ ነባሪ

サメ

ጣዎስ

クジャク

እባብ

蛇

አዞ

ワニ

የዱር አራዊት የሚጠበቁበት
ማቆያን የሚጠብቅ

飼育係

አሳ በሊታ የባህር እንስሳ

アザラシ

የዱር ድመት

ジャガー

ድንክ ፈረስ
ポニー

ነብር
ヒョウ

ጉማሬ
カバ

ቀጭኔ
キリン

ንስር
鷲

ከርከሮ
雄豚

አሳ
魚

የባህር ኤሊ.
亀

የባህር አዉሬ
セイウチ

ቀበሮ
狐

የሜዳ ፍየል፤ ሚዳቋ
ガゼル

የስፖርት አይነቶች
スポーツ

የአሜሪካ እግርኳስ
アメフト

የብስክሌት ስፖርት
サイクリング

ቴኒስ
テニス

የቅርጫት ኳስ
バスケット
ボール

ዋና
水泳

የቡጢ ስፖርት
ボクシング

የበረዶ ላይ የገና ጨዋታ
アイスホッケー

እግር ኳስ
....
サッカー

የላባ ኳስ ጨዋታ
....
バドミントン

አትሌቲክስ
....
陸上競技

የእጅ ኳስ ስፖርት
....
ハンドボール

የበረዶ መንሸራተት ስፖርት
....
スキー

ፈረስ ግልቢያ
....
ポロ

መዝለል
跳ぶ
ማቀፍ
抱きしめる
መሳቅ
笑う
መራመድ
歩く
መዘመር
歌う
ህልም ማለም
夢見る
መፀለይ
祈る
መሳም
キス

መፃፍ

書く

መሳል

描く

ማሳየት

示す

መግፋት

押す

መስጠት

与える

መዉሰድ

取る

መያዝ

持っている

ማድረግ

する

መሆን

ある

መቆም

立つ

መሮጥ

走る

መሳብ

引く

መወርወር

投げる

መውደቅ

落ちる

መዋሸት

横たわっている

መጠበቅ

待つ

መሸከም

運ぶ

መቀመጥ

座る

መልበስ

着る

መተኛት

眠る

መንቃት

目が覚める

መመልከት

見る

ማልቀስ

泣く

መጫር

なでる

ማበጠር

櫛ですく

ማውራት

話す

መረዳት

理解する

ጥያቄ

質問する

ማዳመጥ

聞く

መጠጣት

飲む

መብላት

食べる

ማንፃት

片づける

ማፍቀር

愛する

ምግብ ማብሰል

料理する

መንዳት

運転する

መብረር

飛ぶ

መርከብ መንዳት

ヨットに乗る

ቁጥሮችን ማስላት

計算する

ማንበብ

読む

መማር

学ぶ

መስራት

働く

ማግባት

結婚する

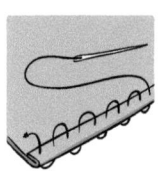

መስፋት

縫う

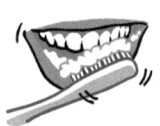

ጥርስ መቦረሽ

歯を磨く

መግደል

殺す

ማጨስ

喫煙する

መላክ

送る

ቤተሰብ
家族

የሴት አያት
祖母
የወንድ አያት
祖父
አባት
父
እናት
母
ህፃን
赤ん坊
ሴት ልጅ
娘
ወንድ ልጅ
息子

እንግዳ

お客様

አክስት

おば

አጎት

おじ

ወንድም

兄弟

እህት

姉妹

አካል

体

ግንባር
ひたい
አይን
目
ትከሻ
肩
ጣት
指
ፊት
顔
አገጭ
あご
እጅ
手
ጡት
胸
እግር
脚
ክንድ
腕

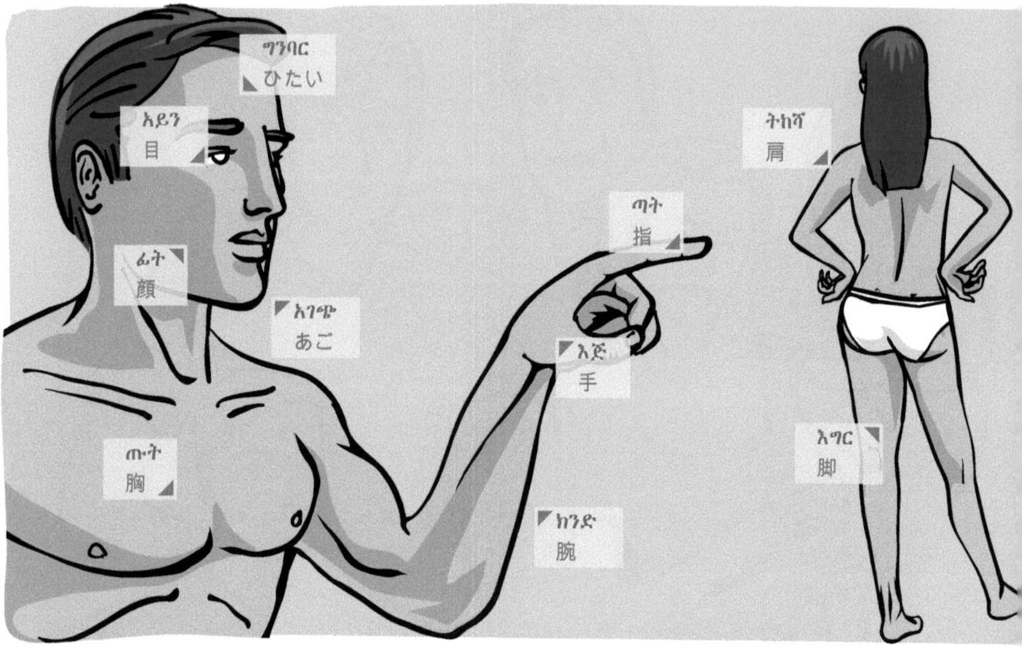

ህፃን

赤ん坊

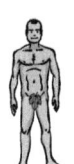

ሰዉ

男性

ሴት

女性

ልጃገረድ

少女

ወንድ ልጅ

少年

ራስ

頭

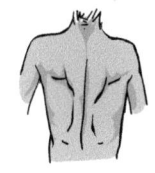

ጀርባ

背中

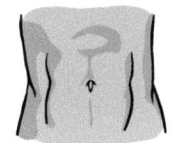

ሆድ

腹

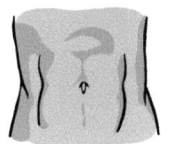

እምብርት

へそ

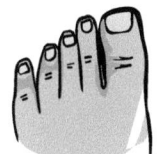

የእግር ጣት

足指

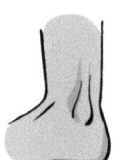

ተረከዝ

かかと

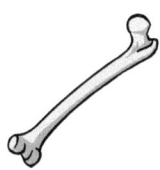

አጥንት

骨

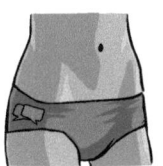

ዳሌ

腰

ጉልበት

ひざ

ክርን

ひじ

አፍንጫ

鼻

ቂጥ

尻

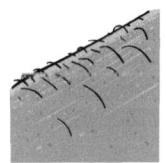

ቆዳ

皮膚

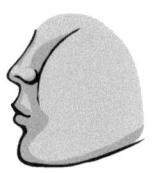

ጉንጭ

頬

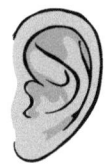

ጆሮ

耳

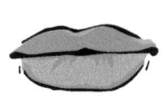

ከንፈር

唇

አፍ

口

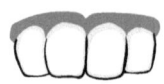

ጥርስ

歯

ምላስ

舌

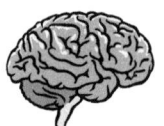

አንጎል

脳

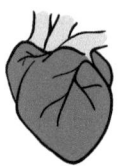

ልብ

心臓

ጡንቻ

筋肉

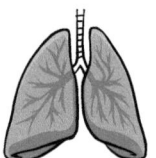

ሳምባ

肺

ጉበት

肝臓

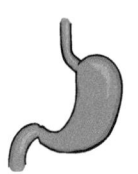

ሆድ

胃

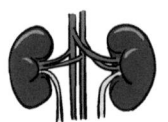

ኩላሊቶች

腎臓

የግብረስጋ ግንኙነት

セックス

ኮንዶም

コンドーム

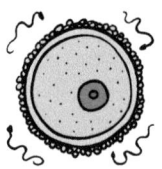

የሴት እንቁላል

卵細胞

የዘር ፈሳሽ

精液

እርግዝና

妊娠

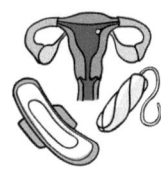

የወር አበባ
....
月経

እምስ
....
膣

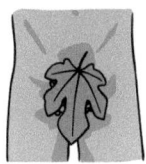

ቁላ
....
ペニス

ቅንድብ
....
眉

ፀጉር
....
髪

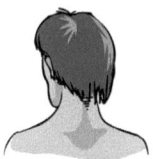

አንገት
....
首

ሆስፒታል
病院

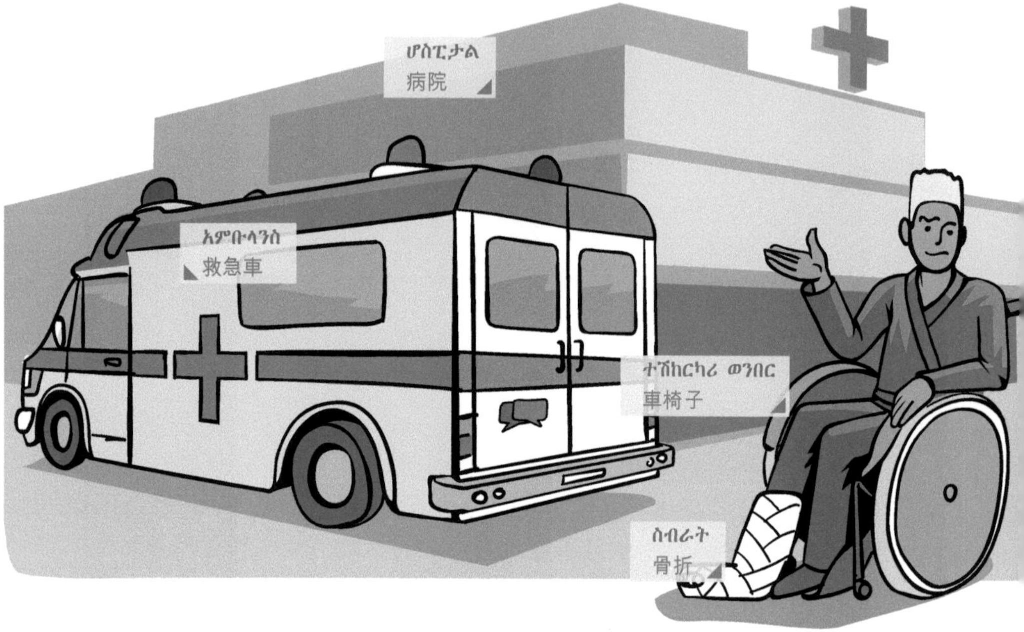

ሆስፒታል
病院
አምቡላንስ
救急車
ተሽከርካሪ ወንበር
車椅子
ስብራት
骨折

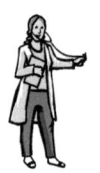

ዶክተር

医師

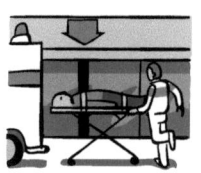

ድንገተኛ ክፍል

救急治療室

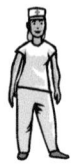

ነርስ

看護師

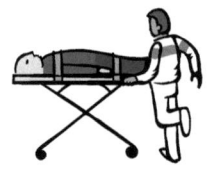

ድንገተኛ

救急

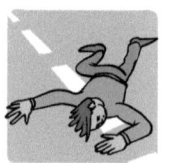

ራስን መሳት/ አለማወቅ

失神

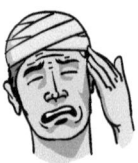

ህመም

痛み

ጉዳት
けが

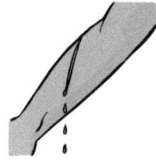

መድማት
出血

የልብ ድካም
心臓発作

ስትሮክ
脳卒中

አለርጂ
アレルギー

ሳል
咳

ትኩሳት
熱

ኢንፍሎዌንዛ
インフルエンザ

ተቅማጥ
下痢

የራስ ምታት
頭痛

ካንሰር
癌

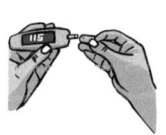

የስኳር በሽታ
糖尿病

ቀዶ ጠጋኝ ሐኪም
外科医

የቀዶ ጥገና ስለት
外科用メス

ቀዶ ጥገና
手術

ሲቲ

CT

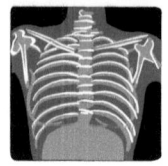

ኤክስሬዮ

レントゲン

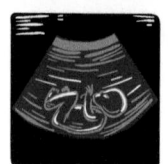

አልትራሳዉንድ

超音波

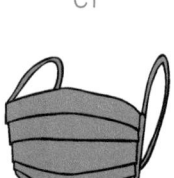

የፊት ጭምብል

マスク

በሽታ

病気

መጠበቂያ ክፍል

待合室

ምርኩዝ

松葉づえ

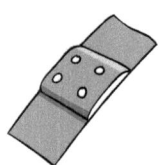

የቁስል ማሸጊያ

ばんそうこう

ፋሻ

包帯

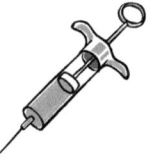

መርፌ

注射

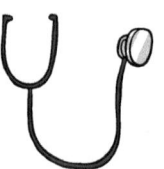

የልብ ምት ማዳመጫ መሳሪያ

聴診器

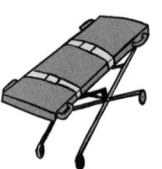

የበሽተኛ አልጋ

担架

የህክምና ሙቀት መለኪያ መሳሪያ

体温計

መውለድ

出産

ከልክ ያለፈ ክብደት

肥満

ለመስማት የሚረዳ መሳሪያ

補聴器

ፀረ ተባይ መድሀኒት

消毒剤

ማመርቀዝ

感染

ቫይረስ

ウイルス

ኤች አይቪ ኤድስ

HIV / エイズ

ህክምና

内服薬

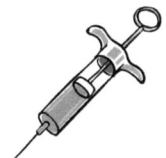

ክትባት

予防接種

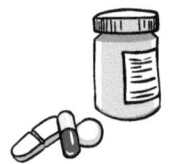

ኪኒን

錠剤

ኪኒን

ピル

አስተኳይ የስልክ ጥሪ

緊急電話

ደም ግፊት መቆጣጠሪያ

血圧計

ህመም/ ጤንነት

病気の / 健康な

እርዳታ!

助けて！

ማንቂያ ደወል

アラーム

ጥቃት

暴行

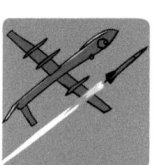

ድብደባ

攻撃

አደጋ

危険

የድንገተኛ መዉጫ

非常口

እሳት!

火事だ！

እሳት ማጥፊያ

消火器

አደጋ

事故

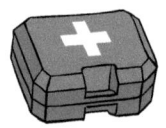

የመጀመሪያ እርዳታ መድሃኒት መያዣ

救急箱

ነፍስ አድን

SOS

ፖሊስ

警察

አዉሮፓ

ヨーロッパ

ሰሜን አሜሪካ

北米

ደቡብ አሜሪካ

南米

አፍሪካ

アフリカ

እስያ

アジア

አዉስትራሊያ

オーストラリア

አትላንቲክ

大西洋

ፓስፊክ

太平洋

የህንድ ዉቅያኖስ

インド洋

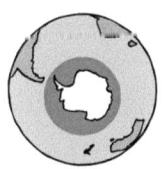

አንታርክቲክ ዉቅያኖስ

南極海

አርክቲክ ዉቅያኖስ

北極海

ሰሜን ዋልታ

北極

ደቡብ ዋልታ
....
南極

አንታርክቲካ
....
南極大陸

ምድር
....
地球

መሬት
....
陸

ባህር
....
海

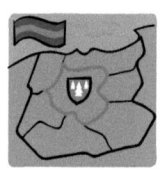

ደሴት
....
島

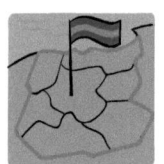

አገርና ህዝብ
....
国家

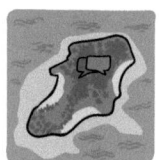

መንግስት
....
国家

ሰዓት
時計

የሰዓት ገፅታ

文字盤

ሰዓት

短針

ደቂቃ

長針

ሴኮንድ

秒針

ስንት ሰዓት ነው?

何時ですか？

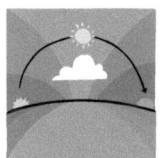

ቀን

日

ጊዜ

時間

አሁን

現在

የቁጥር ሰዐት

デジタル時計

ደቂቃ

分

ሰዓታት

時間

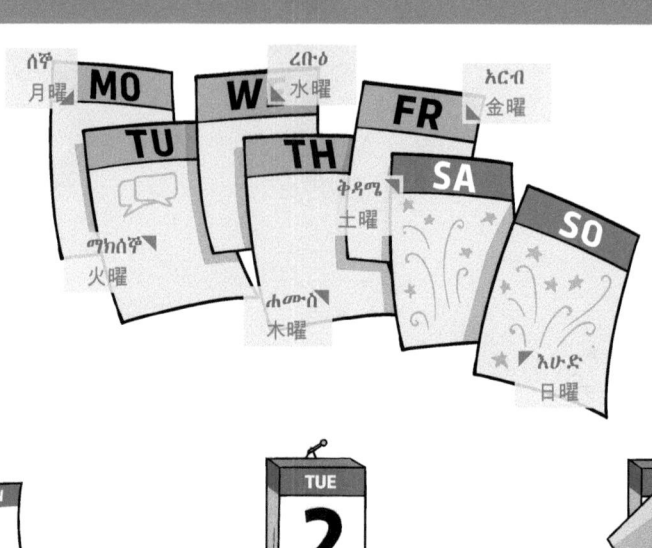

ሳምንት

週

ሰኞ
月曜
MO
ማክሰኞ
火曜
TU
ረቡዕ
水曜
W
ሐሙስ
木曜
TH
金曜
FR
ቅዳሜ
土曜
SA
እሁድ
日曜
SO

ትላንት

昨日

ዛሬ

今日

ነገ

明日

ማለዳ

朝

ቀትር

昼

ምሽት

夜

የስራ ቀናት

営業日

የዕረፍት ቀናት

週末

ዓመት
年

ዝናብ
雨
ቀስተ ዳመና
虹
ነ
風
ጥጥ የሚመስል አመዳይ በረዶ
雪
ፀደይ
春
መኸር
秋
በጋ
夏
ክረምት
冬

4.APRIL 11°
5.APRIL 4°
6.APRIL 13°
7.APRIL 8°
8.APRIL 10°

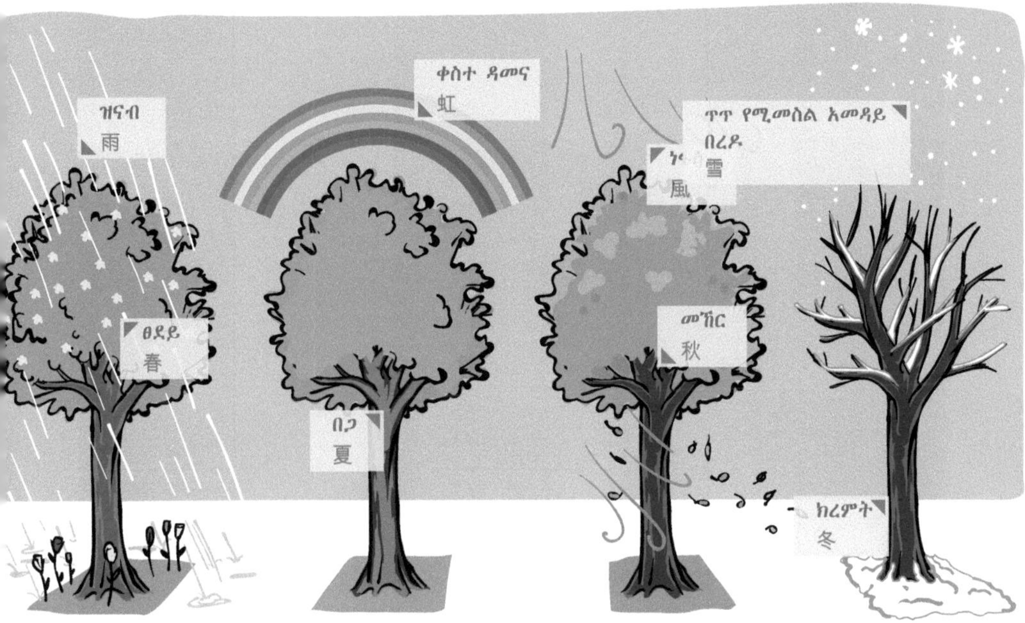

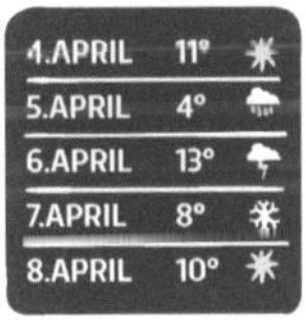

የአየር ሁኔታ ትንበያ

天気予報

F
C
120
90
60
30
0
30
40
30
20
10
0
-10
-20

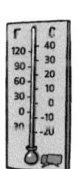

የሙቀት መለኪያ

温度計

የፀሀይ ሙቀት

日差し

ደመና

雲

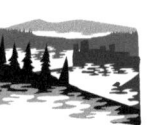

ጭጋግ

霧

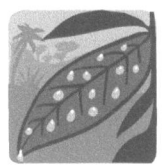

እርጥበታማነት

湿度

መብረቅ
.....
雷

ነጎድጓድ
.....
雷

አዉሎ ንፋስ
.....
嵐

የበረዶ ዝናብ
.....
ひょう

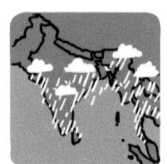

አዉሎ ንፋስ
.....
季節風

ጎርፍ
.....
洪水

በረዶ
.....
氷

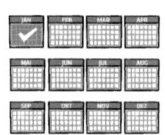

ጥር
.....
1月

የካቲት
.....
2月

መጋቢት
.....
3月

ሚያዝያ
.....
4月

ግንቦት
.....
5月

ሰኔ
.....
6月

ሐምሌ
.....
7月

ነሐሴ
.....
8月

ዓመት - 年

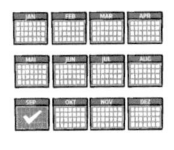

መስከረም

9月

ጥቅምት

10月

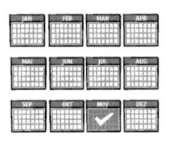

ህዳር

11月

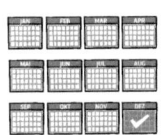

ታህሳስ

12月

ቅርፆች

形

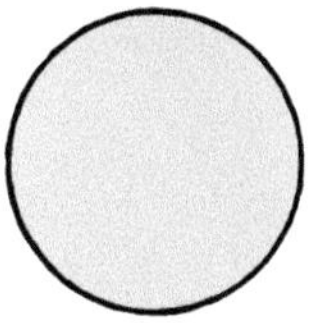

ክብ

円

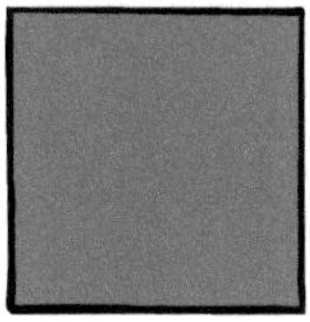

አራት ማዕዘን

正方形

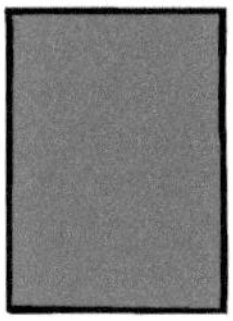

አራት ቀጥተኛ ማዕዘኖች ጎኖች ያሉት ቅርፅ

長方形

ሶስት ማዕዘን

三角

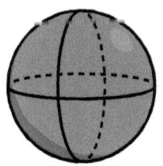

ሉል

球

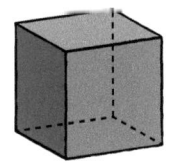

ስድስት ጎን ያለዉ ቅርፅ

立方体

ቀለማት

色

ነጭ

白

ቢጫ

黄

ብርቱካናማ

オレンジ

ሮዝ

ピンク

ቀይ

赤

ወይን ጠጅ

紫

ሰማያዊ

青

አረንጓዴ

緑

ቡኒ

茶

ግራጫ

灰色

ጥቁር

黒

ብዙ/ ጥቂት

多い / 少ない

ንዴት/ እርጋታ

怒っている /
落ち着いている

ቆንጆ/ አስቀያሚ

美しい / 醜い

ጅማሬ/ ፍፃሜ

初め / 終わり

ትልቅ/ ትንሽ

大きい / 小さい

ደማቅ/ ደብዛዛ

明るい / 暗い

ወንድም/ እህት

兄弟 / 姉妹

ንፁህ/ ቆሻሻ

清潔な / 汚い

የተሟላ/ ያልተሟላ

完全な / 不完全な

ቀን/ ምሽት

日中 / 夜

የሞተ/ ህያዉ

死んだ / 生きている

ሰፊ/ ጠባብ

幅広い / 狭い

የሚበላ/ የማይበላ

食べられる /
食べられない

ክፉ/ ደግ

悪意のある / 親切な

ደስተኛ/ ድብርተኛ

興奮している /
退屈している

ወፍራም/ ቀጭን

太った / 痩せた

መጀመርያ/ መጨረሻ

最初に / 最後に

ጓደኛ/ ጠላት

友人 / 敵

ሙሉ/ ጎዶሎ

いっぱいの / 空の

ጠንካራ/ ለስላሳ

硬い / 柔らかい

ከባድ/ ቀላል

重い / 軽い

ረሃብ/ ጥማት

空腹 / 喉の渇き

ህመም/ ጤንነት

病気の / 健康な

ህገወጥ/ ህጋዊ

違法な / 合法な

ጎበዝ/ ደደብ

賢い / 愚かな

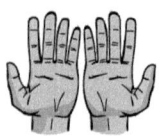

ግራ/ ቀኝ

左に / 右に

ቅርብ/ ሩቅ

近い / 遠い

ተቃራኒዎች - 反対

አዲስ/ አሮጌ

新しい / 中古の

ምንም/ የሆነ ነገር

何もない / 何かある

ሽማግሌ/ ወጣት

老いた / 若い

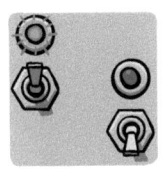

የበራ/ የጠፋ

オン / オフ

ክፍት/ ዝግ

開いている /
閉まっている

ፀጥታ/ ጫጫታ

静かな / うるさい

ሃብታም/ ደሃ

裕福な / 貧乏な

ትክክለኛ/ የተሳሳተ

正しい / 間違っている

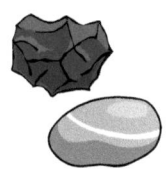

ሻካራ/ ለስላሳ

粗い / なめらか

ሐዘን/ ደስታ

悲しい / 幸せな

አጭር/ ረዥም

短い / 長い

ዝግተኛ/ ፈጣን

ゆっくり / 速い

እርጥብ/ ደረቅ

濡れた / 乾いた

ሞቃት/ ቀዝቃዛ

温かい / 冷たい

ጦርነት/ ሰላም

戦争 / 平和

ቁጥሮች

数

0

ዜሮ

ゼロ

1

አንድ

1

2

ሁለት

2

3

ሶስት

3

4

አራት

4

5

አምስት

5

6

ስድስት

6

7

ሰባት

7

8

ስምንት

8

9

ዘጠኝ

9

10

አስር

10

11

አስራ አንድ

11

12	**13**	**14**
አስራ ሁለት	አስራ ሶስት	አስራ አራት
12	13	14
15	**16**	**17**
አስራ አምስት	አስራ ስድስት	አስራ ሰባት
15	16	17
18	**19**	**20**
አስራ ሰስምንት	አስራ ዘጠኝ	ሃያ
18	19	20
100	**1.000**	**1.000.000**
መቶ	ሺህ	ሚሊዮን
100	1000	100万

ቋንቋዎች

言語

እንግሊዝኛ

英語

የአሜሪካ እንግሊዝኛ

アメリカ英語

የቻይና ማንዳሪን

中国標準語

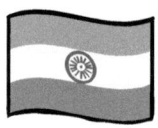

ሂንዱ

ヒンディー語

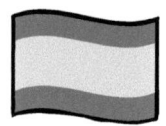

ስፓኒሽ

スペイン語

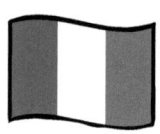

ፍሬንች

フランス語

አረብኛ

アラビア語

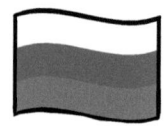

ራሺያኛ

ロシア語

ፖርቹጊዝ

ポルトガル語

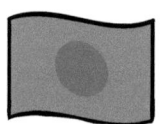

ቤንጋሊ

ベンガル語

ጀርመን

ドイツ語

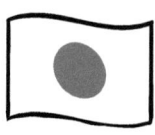

ጃፓንኛ

日本語

ማን/ ምን/ እንዴት
誰 / 何 / どう

እኔ

私

አንተ

あなた

እሱ/ እርሷ/ እቃዉ

彼 / 彼女 / それ

እኛ

私たち

አንተ

あなたたち

እነርሱ

彼ら

ማን?

誰？

ምን?

何？

እንዴት?

どうやって？

የት?

どこ？

መቼ?

いつ？

ስም

名前

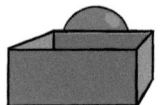

የት

どこ

በስተጀርባ

後ろ

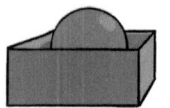

ዉስጥ

中

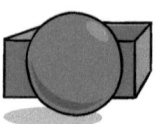

ከፊት ለፊት

前

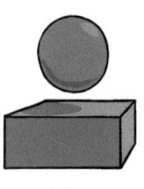

ከላይ

上

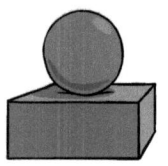

ላይ

上

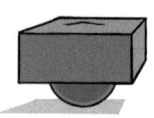

ከስር

下

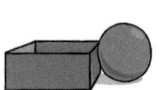

አጠገብ

横

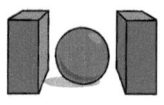

መሃከል

間

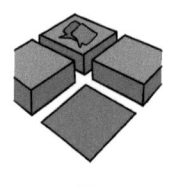

ቦታ

場所